கண்ணீரல்ல கவிதைகள் மட்டும்!

கவிதாயினி

பொருளடக்கம்

பொருளடக்கம்

பொருளடக்கம்

பொருளடக்கம்

முன்னுரை

முதல் நாள் பள்ளி

முதல் பரிசு

முதல் நட்பு

முதல் காதல்

முதல் முத்தம்

முதல் மோகம்

முதல் நாள் கல்லூரி

முதல் வேலை

முதல் ரயில் பயணம்

முதல் வெற்றி

இப்படி நம் முதல் அனுபவங்கள் தரும் சுவாரசியம் வார்த்தைகளுக்குள் அடங்காது. இந்த புத்தகம் என் முதல் புதையல், என் முதல் பிரசவம், என் முதல் குழந்தை. பத்து மாதங்கள் அல்ல, மூன்று வருடங்கள் காத்திருந்தேன் இதன் வளர்ச்சி காண. இன்று என் வளர்பிறை முழுமை பெற்றிருப்பதை பார்க்கும்போது என் இதயம் நிறைந்துவிட்-டது. இந்த வரிகளை எழுதும் இந்நேரம் நான் கண்விழித்த இரவெல்லாம் என் கண் முன்னே காட்சிகளாய் வந்து போகிறது. இந்த புத்தகம் என் உழைப்புக்கான உரம், என்னை இன்னும் உழைக்கச்சொல்லும் ஊக்க பரிசு.

– கவிதாயினி

நன்றி

எதற்கும் யாருக்கும் நான்
தேவைப்படாதபோதிலும் என்னை மீட்டெடுத்து
அன்பு செலுத்திய இறைவனுக்கு நன்றி.

என் துன்ப காலத்திலும் தனிமை காலத்திலும்
இருந்த, இருக்கின்ற என் ஆசான்களுக்கு நன்றி.

இந்த புத்தகம் வெளிவர எனக்கு பெரிதும்
உதவிய என் தோழி மித்யா விற்கு நன்றி.

1. மாயக்காரனே!

உன் சிரிப்பின் சத்தத்தில்
உலக சத்தங்களை மறந்துவிட்டேன்!
உன் கண்களின் ஒளியில்
என் பார்வையை தொலைத்துவிட்டேன்!
உன் தேன் சொட்டும் பேச்சுக்களால்
என் செவிகளுக்கு சர்க்கரை நோய்!
உன் புன்முறுவலால்
என் இதயத்தில் பெரிய வீக்கம்!
உன் அசைவுகள் ஒவ்வொன்றும் என் தேகத்தை தொடுவதென்ன?
மாயக்காரனே...!
என்ன மாயம் செய்தாய்?!
என் நினைவுகளோடு சேர்த்து
என் இதயத்தையும் இழந்துவிட்டேனே!
இழந்துவிட்டேனா? திருடிவிட்டாயா?

2. கவிஞனின் உலகம்

ஒரு கவிஞனின் உலகம் எப்படி இதுக்கும்?

அவன் விண்வெளி தாண்டி வாழ்பவன்.

இறைவனின் இறுக்கத்தில் இளைப்பாறுபவன்.

நினைக்கும் போதெல்லாம் முன்னும் பின்னும் செல்லும் கால இயந்திரம் அவன்.

அவன் எதிர்காலம் சொல்லும் தீர்க்கதரிசி.

அவனுடைய நிகழ்காலம் பிறருக்கு இறந்த காலம்.

அவன் கண்கள் காணும் பிரபஞ்சம் பிறருக்கு புகைப்படம்.

அவன் அகம் காணும் அண்டம் அனைவருக்கும் புரிவதில்லை.

ஒரு கவிஞனின் உலகம் புரிய அவன் வரிகள் மட்டுமல்ல அவனுடைய வாழ்வும் வசம் வேண்டும்.

இதில் என்ன ஒரு சூட்சமம் என்றாள், அவன் பிறருக்கு யார் என்பதையும் அவன் மட்டுமே தீர்மானிப்பான்.

3. மனக்கடலின் ரகசியம் கேளாயோ?

• 3 •

கடல்களில் இருக்கும் பவள பாறைகளின் பயன்கள் தெரியுமா?
அவை ஆழி பேரலைகளை கட்டுப்படுத்துமாம்.
அவன் மனக்கடலில் ஒரு பாவை பாறை போலிருக்கிறாள்.
அந்த பெருங்கடலில் பேரலைகளும் அவள் தான், பவளங்களும்
அவள் தான்.
தொடு வானமும் அவள்தான், வானவிலும் அவள்தான்.
சீற்றங்களும் அவள்தான், ஏற்றங்களும் அவள்தான்.
முத்துக்களும் அவள் தான், முழுமதியும் அவள் தான்.
கலக்கமும் அவள் தான், கலங்கரையும் அவள் தான்.
பாசிகளும் அவள் தான், பவள பாறைகளும் அவள் தான்.
கடலுக்கு சொந்தக்காரனோ மீனவனை போல!
வாழ்ந்தாலும் தாழ்ந்தாலும் கடலும் கடல் மண்ணும்,
காற்றும் கடல் வசம் இருக்கும் அனைத்தும் அவன் செல்வம்
போலவே ரகசியம் காப்பான்.

4. கரையாத கறைகள்

நிழலென்று நினைத்தது நிஜமாகி போனது.
நிஜமென்று நினைத்தது கனவாகி போனது.
காட்சி பிழைகளுக்கு நடுவினில் நான்
என் கறை படிந்த கைகளை எங்கே கொண்டு கழுவுவேன்?

5. பெரியார் பேத்திக்கு பதில் என்ன?

அளவாய் சிரி!

அதிகம் பேசாதே!

அடக்கமாய் உட்காரு!

சமைக்க தெரியாதா?

வீட்டு வேலை செய்து பழகு!

திருமணத்திற்கு பின் நீ போகிற இடத்தில்

எங்கள் பெயர் என்னாவது?

என்று இன்றும் பேசிக்கொண்டிருக்கும் பெரியவர்களுக்கு என்ன

சொல்லி புரியவைப்பது?

காலம் மாற்றம் கண்டிருக்கிறதென்று!

6. கதை சொல்லும் கண்ணீர்

என் கண்களில் தேங்கும் கண்ணீர் காகிதத்தில் விழும் போது
கவிதைகளா காயங்களா?
கன நேரம் கணித்து பார்த்தேன்
மிஞ்சியது இன்னொரு கவிதையும்
மனம் நிறைய கனமும்

7. மகள் ஆஸ்திக்கு மகன் ஆசைக்கு

மனங்கள் படித்தேன்

மனிதம் படித்தேன்

மண்ணை படித்தேன்

மலர்க்கொடி படித்தேன்

பெண்ணியம் படித்தேன்

பேய்களும் படித்தேன்

என் பெண்ணை மட்டும் படிக்கவில்லை

மகன் ஆஸ்திக்கு மகள் ஆசைக்கு என்று சொன்னவர் யார் இங்கே?

என் அஸ்தியை கரைக்க கூட என் மகன் வரவில்லை.

என் மகள் என் அப்பாவுக்கு நான் செய்கிறேன் என்று வரிந்து-கொண்டு நின்றாள்.

இனி ஒருமுறை அவளிடம் கொஞ்சி பேசிட எனக்கு வழி இல்-லையே!

மகளே, மன்னிப்பாயா?

8. என்னுடைய அவள்

பூக்களில் அவள் பாரிஜாதம்
தமிழில் அவள் ழ கரம்
பொறுமையில் அவள் பௌர்ணமி
இலக்கியத்தில் அவள் மணிமேகலை
அன்பில் அவள் ஆழி
அழகில் அவள் பீலி
பாட்டில் அவள் திருப்பாவை
ராகத்தில் அவள் அமிர்தவர்ஷினி
பேச்சில் அவள் பெரியார்
வீரத்தில் அவள் வேலுநாச்சி
கடலில் அவள் பவளப்பாறை
கரையில் அவள் கிளிஞ்சல்
மண்ணில் அவள் மாணிக்கம்
மனிதருள் அவள் மரகதம்!
அவள் பெயர் என்னவென்று தெரியுமா?
என்னவள்!

9. அம்மா உன் வாசம் எங்கே?

என் கவிதைகளும் கானல் நீரானது

என் உடைகளும் உறக்கம் கேட்டது

என் எழுத்தாணியும் ஏக்கம் கொண்டது

என் அறையும் கூட அரண்டு போனது

எத்தனை முறை கேட்டாலும் சலிக்காத பாடல் வரிகள் கூட

நிசப்தமாகி போனது

அவள் அருகில் இருந்தவரை அழகாய் தெரிந்த அண்டம் இன்று

அவளின்றி அழுத்தம் கொண்டது

பலமுறை தேடினேன் அவள் கிடைத்தபாடில்லை

இன்று பரனிடமே கேட்டுவிட செல்கிறேன்

இப்படிக்கு,

அவள் ஈன்றவன்.

10. நிறைவேறா நற்பாசை

கவிஞன் ஒருவன் மரண படுக்கையில் கடைசியாக ஒரு மடல் எழுதுகிறான். அவனின் இறுதி வரிகள்:

"காதல் கொண்டேன். கவிஞானேன். மரணம் கொண்டேன். மார்க்கமானேன். என் மார்க்கம் அவளென எழுதுங்கள் என் கல்-லறையில். அவள் மலர் தூவும் நேரம் என் மனம் இன்னுமொரு-முறை மலரட்டும்."

11. நான் வீழ்வேனென்று நினைத்தாயோ?

இரு முகம் கொண்ட பல வேடிக்கை மனிதரை பார்த்து மனதில்
நினைத்துக்கொள்வதுண்டு

நாளை அறை வாங்கினாலும் நீ நான்கு கன்னங்களை காட்ட
வேண்டியிருக்கும் என்று

உன் தந்திரங்களில் நான் வீழ்வேனென்று நினைத்தாயோ?

12. உன் சரிதம் உன் கையில்

துன்பங்கள் உன்னை செதுக்கும் உளி

அவைகளை அள்ளி அரவணைத்துக்கொள்

நன்றிகள் பல கூறு

நெகிழ்ச்சியாய் நேர்காணல் கொள்

இவை சாத்தியமா என்று கூட உனக்கு சந்தேகங்கள் எழலாம்

நினைவுகொள், இவைகளை சாத்தியப்படுத்தியவர்கள் மட்டுமே சரித்திரத்தில் பதிவு செய்யப்பட்டிருக்கிறார்கள்

13. ஈரம்

அன்று அவள் நெஞ்சத்தில் கொஞ்சம் இருந்திருந்தால் இன்று அவை என் கண்களில் தஞ்சம் கொண்டிருக்காது!

14. அவள் கதை
புதுக்கவிதை

இயல்பாய் நான் தொடுத்த கதைகள் அவள் காதுகளில் மட்டும்
ஏனோ விழவே இல்லை

பலமுறை பனி போல உருகியது தான் மிச்சம்

அவள் அம்சங்கள் யாவும் அறிந்தும் அவள் அச்சங்கள் போக்க
வழி ஏது?

நிலவிடம் கேட்டேன்

நட்சத்திரங்களிடம் கேட்டேன்

நீரோடையிடம் கேட்டேன்

அவை யாவும் பகிர்ந்த கருத்து ஒன்று தான்

நீ விலகி இருந்து பார்ப்பதால் அவளுடைய அச்சம் மட்டும்
காண்கிறாய்

நாங்கள் அவளருகில் வாசம் கொண்டதுண்டு

அவளின் பலம் அளப்பரியது

நான் தொடுத்த கதைகளை கிழித்தேன்

அவளையே கதைகளாக்கினேன்

15. என் வாசகனுக்கு

கதைகளுக்கு நடுவே அவள் காதலை மறைத்துவைத்தாள்
புத்தகமும் சந்தைக்கு வந்தது
எண்ணிக்கையிலா வாசகர்கள்
பற்பல பாராட்டுகள்
ஆனால் அவள் தேடிய வாசகன் மட்டும் ஏனோ அவள் வார்த்-
தைகளை வாசிக்கவேயில்லை

16. ஏக்கம்

என் நினைவுகளில் உன் நிஜங்கள் பல உண்டு
என்னை வாட்டும் கேள்வி ஒன்று தான்
உன் நிஜங்களில் என் நினைவுகளாவது உண்டா?

17. பரிகாசம்

உன் வாழ்க்கை மாறும் என்று பிறர் நம்பாமல் இருக்கலாம்

நீ நம்பும் வரை உன் வாழ்க்கை மாற்றத்தை நோக்கியே ஓடும்

உன் எல்லை கோட்டை தீர்மானிக்க அவர்கள் யார்?

நினைவிருக்கட்டும்

உன் கனவுகள் உன் கையில்

எள்ளி நகையாடும் அவர்கள் இன்னும் ஏணியை தேடிக்கொண்-

டிருக்கிறார்கள்

நீயோ ஏணியை பிடித்து ஏறிக்கொண்டிருக்கிறாய்

அவர்கள் பேச்சை கேட்டு மனம் தளர்ந்து கீழே இறங்கி விடாதே!

18. என் நிழலின் நிஜம்

என் நிழல் கூட என்னை விட்டது எனக்கொன்றும் ஆச்சரியம்
இல்லை.

என்ன செய்வேன்?

என் நிழலுக்கு உன் பெயர் சூட்டியது என் தவறு தான்.

19. தந்தையர் தின வாழ்த்துக்கள் அம்மா!

ஒற்றை தாய்களுக்கென்று ஒரு ஒற்றுமையுண்டு

உற்று நோக்கினால் தெரியும் அல்லது உடன் இருந்தாலும் தெரி-
யும்

அவர்களின் முகத்தில் இருக்கும் இறுக்கம்

விவரிக்க முடியாத இறுக்கம் அது

அனைவருக்கும் புரிவதில்லை

எந்த தராசும் அளக்க இயலாது அவர்களின் தன்மைகளை

அவர்களின் சிரிப்பிலும் ஒரு அழுகை இருக்கும்.

அவர்களின் கண்ணீரிலும் புன்னகை இருக்கும்

அவர்கள் மனதில் பதில்கள் எழுதப்படாமல் ஆயிரம் கேள்விகள்
இருக்கும்

இருப்பினும் வாழ்க்கை பக்கங்களை ஒவ்வொரு நாளும் தைரிய-
மாய் நகர்த்துவார்கள்

ஏனென்றால் அவர்களுக்கு தெரியும்

அவர்களின் பாதை ஒற்றையடி என்று

இனிய தந்தையர் தின வாழ்த்துக்கள் அம்மா!

20. பெண்ணின் மனதை தொட்டு

அவள் கண்கள் மறைத்து வைத்திருந்த கண்ணீர் துளிகள்
கொண்டு கோடி கடல்கள் காணலாம்
பலர் காணும் காவிதாயினியின் கதைகள் கடல் கடந்தது
அவள் கலங்கியிருந்தாலும் பிறருக்கு கலங்கரை விளக்கமாவாள்
அவள் உடைந்திருந்தாலும் உருவெடுப்பாள்
அவள் சிதைந்தாலும் சித்திரம் பேசுவாள்
அவள் விழுந்தாலும் விழுதுகளாவாள்
அவள் மரித்தாலும் மணம் வீசுவாள்
அவளை புரிந்தால் நீ புத்தனாவாய்

21. அப்பாவின் மகள்

மேடை ஏறினாள். அங்கும் இங்கும் மை தீட்டிய அவளது கரு-விழிகள் அலை பாய்ந்தன. முகத்தில் ஒரு சின்ன வாட்டம். அருகில் மணமகன் என்னவென்று லேசாய் விரல்களை பிடிக்க ஒன்றுமில்லை என்று ஒரு பொய் சிரிப்போடு தலையசைத்தாள், வழி நெறிகளை தொடர்ந்தாள். நேரம் செல்ல செல்ல இன்னும் முனைப்போடு அவள் கண்கள் தேடுகிறது. சட்டென அவளுக்கு எதிரே மூச்சிரைத்தபடியே அந்த முகம் தெரிய, கண்கள் குளம்-கான "அப்பா" என்று சத்தமே இல்லாமல் அவள் சொன்ன வார்த்தை அவன் செவிகளுக்கு மட்டும் கேட்டது. கால் நூற்-றாண்டுகளை கடந்து சென்றது அந்த தந்தையின் மனம். அவள் அவனிடம் முதல் முறையாய் சொன்ன அழகிய வார்த்தை இன்-னும் அடிச்சுவடாய் நெஞ்சோடு! அந்த நொடி... அந்த தந்தை-யின் கண்களில் ஒரு தனி கம்பீரம். இதயத்திலோ இனம் புரியாத கனம். ஓசை இல்லாமல் அவர் சொன்ன வார்த்தை இம்முறை இவள் செவிகளுக்கு மட்டும் கேட்டது. "அம்மா" என்ற அந்த வார்த்தை.

22. விடை

உன் காதலனுக்கு நீ கோவில் கட்ட வேண்டிய தேவை இல்லை. ஆனால் அவனுள் இருக்கும் கவிஞனுக்கு நீ கடமை பட்டிருக்கி-றாய். ஏன் தெரியுமா? உன்னை எழுதி எழுதி நித்திரை கொண்ட அவன் மரணித்தும் உன்னை இவ்வுலகில் நித்யம் பெற செய்தி-ருக்கிறான். அவன் கவிகளை ஒரு முறை வாசித்து தான் பாரேன் பெண்ணே! அவன் எழுத்துக்களில் எனக்கு உன் முகம் மட்டுமே தெரிந்தது. ஒருவேளை உனக்கு அதில் அவன் முகம் தெரியுமே-யானால் அவன் தேடிய விடை கிடைத்து விட்டதென்று எடுத்-துக்கொள்வேன்.

இப்படிக்கு,
கவிஞனின் நண்பன்

23. நீ வருவாயா?

என் கண்கள் கண்ட ஈரம் அவன் இதயம் காணவில்லை
என் இதயம் கண்ட கனா அவன் கண்கள் காணவில்லை.
வாழ்வும் வளமும் வளைந்தாலும்
அவனை தேடும் என் இதயம் இன்றும் இயங்கிக்கொண்டு தான்
இருக்கிறது
அவனை ஏந்துவதால் மட்டும்.

24. மரண சுகம்

உன் நிராகரிப்பு பட்டியலிலாவது எனக்கு நிலையான இடம் தந்-
தாயே! நன்றிகள். என் நிலை காண உனக்கு நினைவில்லை
எனினும் உன் நினைவின்றி என் தன்னிலை கூட என்னிடம்
இல்லை. மடமையாக கூட இருக்கலாம். மற்றொரு முறை மறுப்-
பாயா என்னை? என் இதயம் இன்னும் ஒருமுறை கூட இயற்கை
எய்தட்டும்...உன் நினைவுகளோடு!

25. ஆழி

அறிஞனொருவனும் ஆராய்ந்தும் அறியான் அவளின் ஆழி.

26. தரிசனம்

மனதை எங்கேனும் மறைத்து வைக்க
இடம் தேடி அலைந்தேன்
என் கால்களுக்கு கூட தெரிந்திருக்கிறது நான் உன்னிடம் தான்
தஞ்சம் கொள்வேன் என்று
உன் வீட்டின் முகப்பில் உனை காண வந்திருக்கிறேன்
உன் வீட்டு கதவு கூட வேண்டாம்
ஜன்னலையாவது திறப்பாயா?
உன் முகம் பார்த்தால் மட்டும் போதும்
என் மனம் மலர்ந்து விடும் மறுகணம்

27. கார்வண்ணன்

கொட்டியிருக்கும் வண்ணங்களில்
நான் தேடி சென்று தொட்டு பார்த்த நிறம் என்னவரின் வண்ணம்.
கருப்பு

28. பிறை நிலா

நொடிப்பொழுதில் தோன்றி மறையும்
வானவில்லாய் நீ வந்து போனாய்
நானோ பொழுதும் பிறை நிலவாய் தேய்கிறேன்

29. (ஏ)காந்தம்

விலகி சென்று விட்டேன்

ஆனாலும்

என்னிடம் இருந்து விடை பெறவில்லை உன் மனம்!

30. புது புது அர்த்தங்கள்

பேசிய அர்த்தமற்ற வார்த்தைகளில்
நான் புரிந்து கொண்ட அர்த்தங்கள் ஏராளம்.

31. அவன் என் தாரகம்

கண்ணில் விழுந்த தூசி போல்

நீ என்னுள் விழுந்தாய்

உன் வேலையை நீ செய்தாகி விட்டது

என் கண்களும் குளமானது

என் கண்களும் செம்மை தீட்டிக்கொண்டது

இருப்பினும் உன் நினைவுகளை ஏந்துவதால் கண்ணீர் சொட்டும்

என் சிவந்த கண்கள் கூட என்னை கண்டு கவிதை பாடுவது

போன்ற ஓர் கானல் நீர்

என் தாரகமே!

தூசி என்று தூஷிக்கவில்லை உன்னை

நீ தூசியாக இருப்பாயானாய் சொல்

என் இதயத்தோடு சேர்த்து காலம் வரை என் கண்களையும்

திறந்து வைத்திருக்கிறேன்

32. மோகம்

அதிகாலை மழை
தண்ணீரின் சலனம்
குளிர் காற்று
மண் வாசனை
மணவாளனின் மடி தேடும் மாது!

33. வார்த்தை

கவிதை ஏதும் தோன்றா இரவில்
உன் பெயரை பல முறை எழுதி பார்த்தேன்
அப்பொழுது உணர்ந்து கொண்டேன்
என் கவிதைகளுக்கு காரணி மட்டும் அல்ல
என் கவிதையும் நீ தான் என்று

34. மாற்றம்

அன்றொரு நாள் அலைகளின் சாட்சியாய் உன்னை ஒரு கேள்வி கேட்டேன். இரண்டு நிமிட மௌனத்திற்கு பின்பு சிரித்தவாறு சொன்னாய் மௌனத்தின் மறுமொழி காதல் என்று. இன்று மணவறையில் உன்னிடம் அதே கேள்வி. உன்னிடமிருந்து அதே மௌனம். வேடிக்கை பார்த்தாயா! அதே கேள்வி; அதே மௌனம் . அர்த்தம் மட்டும் ஏனோ மாறிவிட்டது! இம்முறை மௌனமாகி போனது நம் காதலோடு சேர்ந்து வாழ்வும்.

35. பதை படிவம்

உன்னை கடந்து செல்ல கன காலம் பிடிக்கும் என்று நினைத்-
தேன்

இன்று வரை காலம் மட்டும் தான் கடந்து செல்கிறது

இருதயம் கல்லாகி கனத்து விட்டது

கல்லில் காணும் பதை படிவங்களாய் உன் முகம்

36. நெற்றி பொட்டு

நெகிழி உருகிய நெஞ்சாய் ஆனதடி என் மனம்
நீ உன் குங்கும சிமிழ் கொண்ட பொட்டினை
உன் நெற்றியில் சூடுகையில்!
வஞ்சியே, கெஞ்சியே பல முறை கேட்டுவிட்டேன்
இன்னும் நீ பதில் தரவில்லை.
நிலவை எப்படி தான் உன் நெற்றி பொட்டுக்குள் அடைத்தாய்?

37. ஒரு வழி பாதை

என் தேடல்கள் மட்டுமல்ல. என் தேடல்களின் பாதையும் நீ தான்.
உன்னை புரிந்தவர் யாரும் உன்னை வெறுப்பாரோ?
விலகி இருந்தாலும் என்றும் நெருக்கமாகவே இருக்கும் உன்
நினைவுகளுக்கு என் நன்றிகள்.

38. தேடல்

அர்த்தங்களின் தேடல் அவளிடம் கொண்டு நிறுத்தியது.

39. மௌன மொழி

அவளிடம் சொல்ல ஓராயிரம் இருந்தது
இருப்பினும்
சொல்ல வேண்டிய ஒன்றையும் சொல்லாமல் வந்துவிட்டேன்!

40. கடற்கன்னி காதலியானால்

ஆழியிலே முத்தெடுத்த மீனவன் போலே. என் உசுரு கதிகெலங்கி நின்னேன் நானும். புதையல் ஏதும் கெடச்சுதான்னு கேட்ட என் கெழவிக்கு பதில் ஒன்னும் சொல்லாம கடல் பக்கம் போக... அண்ணாந்து பாத்தா நிலா.... அவ சொன்னது நெனப்புக்கு வந்-தது. நிலா சோறுண்டா அவளுக்கு உசுராம்.

கடல் கடந்து காத்து கெடக்கேன் என் கடல் கன்னியே. உன்ன இன்னொரு மொற பாத்தா போதும். மனுசன் மனசு விளங்குமா உனக்கெண்டு தெரியல. ஆனா உன் கண்ணுல தேங்குன நீறு சொல்லிருச்சு உன் கனவ...

41. விசித்திரம்

எழுத்துகளில் சிக்கி கிடக்கிறது என் இதயம்
நான் தேடினேன்
கிடைக்கவில்லை!
ஒருவேளை நீ தேடினால் கிடைக்கக்கூடும்....

42. வரமா சாபமா ?

காதல் இருக்கும் வரை
கவிதைகளும் இருக்கும்
கண்ணீரும் இருக்கும்.

43. எழுத்தாளன் காதலனானால்

எந்த நாளாக இருந்தாலும்
உன்னை எழுதாத நாளில்லை
என் நாட்கள் உன் நினைவுகளை நகர்த்துகிறதா
இல்லை உன் நினைவுகள் என் நாட்களை நகர்த்துகிறதா
இதுவரை தெரியவில்லை!

44. கலங்காதே மனமே

வளரும் வளர் பிறையே...
உன் விழி வழி வரும் வீழ்ச்சி
உனக்கான விடை அல்ல.
உன் வழி வரும் வீழ்ச்சி
உனக்கான வினா.
தேர்வில் தெளிந்தால்
தேடல் தொடரும்.

45. காதல் தோல்வி

உனக்கும் எனக்குமான இடைவெளியில்
இயங்கும் ஒரு இருண்ட உலகம்
உனக்குள்ளும் எனக்குள்ளும்.

46. வளர்ந்த குழந்தை

அதுவரை தந்தை வாசம் அறியாத அவள் முதல் முறையாய் கண்ணீர் வடித்தாள்...

அவள் பார்த்த காட்சி இதோ!

சாலை ஓரத்தில் தன் மகளின் மிதிவண்டி பின்னால் ஓடும் ஒரு தந்தை.

47. வலிகள் வேண்டும் நான் வாழ

ஆகாய கண்ணாடியில் நான் அடிக்கடி உன் பிம்பம் காணும்போது
நினைப்பதுண்டு..

ஏனோ பார்த்தோம் ஏனோ பேசினோம்

ஏனோ பயணித்தோம் ஏனோ பிரிந்தோம்.

ஒருவேளை சகா சகி என்பது தான் சரியோ?

என்னவன் என்னவள் என்பது எட்டாமல் போனது எழுத்து பிழை-
யாய் மட்டும் இருந்திருந்தால்?

நீ என்னுடன் இருந்திருப்பாயோ என்னவோ!

பல படிகள் தாண்டிவிட்டேன்

பல கடல்கள் கடந்து விட்டேன்

பல வருடங்கள் வாழ்ந்துவிட்டேன்

பல கவிகள் கிறுக்கி விட்டேன்.

இன்னும் தெரியயவில்லை

என்னுள் இருக்கும் உன்னை எப்படி பிரித்தெடுப்பது என்று?

என் எழுத்துக்கள் உள்ள வரை உனக்கு சாகா வரம் தான் சகா!

என்னை சகித்து கொண்டு என்னுள் ஏதோ ஓர் இடத்தில் அமை-
தியாய் இருந்துவிட்டு போ!

நீ பேசி நான் மட்டுமே கேட்கும் அந்த மெல்லிய குரல் எனக்கு
தந்திடும் குறுநகைகள் ஏராளம்.

நான் சுவாசிக்க அவை எனக்கு வேண்டும்.

என் வலிகள் இல்லையென்றால் என் உயிரை கூட மறந்துவிடு-
கிறேன்.

நாளை என்னை கூட மறக்கலாம். சொல்லமுடியாது.
ஆனால் உன்னை மறந்துவிட்டால் மறையற்று போவேனே!
நீ என்னுடன் இல்லாமல் இருக்கலாம்
ஆனால் எனக்குள் இருக்கிறாய்!

48. இதென்ன மாயம்?

காயத்தின் மறுமொழி காதலோ?
காதல் கொண்டவன் எவனும் காயப்பட்டிருக்கிறான்.
காயப்பட்டவன் எவனும் காதலனாய் இருக்கிறான்!

49. எதார்த்தம்

பல நேரங்களில் கண்களின் ஓரத்தில் தேங்கும் கண்ணீரை துடைத்துவிட்டு இதுவும் கடந்து போகும் என்றொரு பெரு மூச்சு விடுகிறோமே அந்த எதார்த்தம் தான் வாழ்க்கை. இது வாழ்வில் பல முறை வந்து போகும். இருந்தாலும் உங்கள் மனதை ஏமாற்ற கற்று கொண்டால் அதுவே உங்களின் மருந்தாகும்.

50. கவிதைகள் மட்டும்

என் கண்ணீரிடம் சொன்னேன்

நீ தோற்றுவிட்டாயென்று...

இனி அவை என் கண்ணீரல்ல; கவிதைகள் மட்டும்.

51. மருத்துவர் சைமன் ஹெர்குலஸ்

மனிதனே...
உன் மனிதம் எங்கே?
மண்ணோடு புதைந்த
அந்த மருத்துவரின் உடல் மகத்தாகி போனது
உன் மனிதம் மட்டும் ஏனோ மரத்து போனது
கொண்டு எறிந்தாயே
கல் நெஞ்சக்காரா...
ஒன்றை மட்டும் நினைவுகொள்
கரோனா அவரை மாய்த்தும் வாழவைத்துவிட்டது
உன்னை வாழவைத்தே இனி வாட்டிவிடும்
உன் பிணி போக்க பெரும்பாடு பட்டவரை
பழி கொண்டு கொன்ற பாவி
கொள்ளை நோயல்ல
உன் மதம் என்ற கொடிய நோய்
ஆறடி நிலம் தர அறமற்று போனாயே
இன்று ஆறரை கோடி மக்களின் இதய அறையில் சிமோன்
என்ற பெயர் கம்பீரமாய்...
கவலை கொள்ளாதே!
உன் பெயரும் பதிவாகி இருக்கிறது
சரித்திர ஏடுகளில்
அவன் மனிதனல்ல என்று...

52. வான் பேசும் கதைகள்

நட்சத்திரங்கள் சொல்லும் கதைகளில்
எனக்கு பிடித்த பக்கங்களை மட்டும் மடித்து வைத்து கொண்டேன்
மற்றவரிடம் பகிர மனமில்லாமல்!

53. காதல் மொழி

நீயும் நானும் பேசாத மொழியை
நம் மக்கள் ஆவது மொழியட்டும்
என் பெயர் உன் மகளுக்கும்
உன் பெயர் என் மகனுக்கும்.

54. என் வெளிச்சம் நீ

என் வாழ்க்கை புத்தகத்தில்
நீ ஒரு அத்தியாயம் தான் என்று எப்படி நினைத்தாய்?
என் முன்னுரை பொருள் முடிவுரை அனைத்தும் நீயாகவே ஏன்
இருக்கக்கூடாது?

55. மறந்ததும் மறைத்தும்

இரண்டு கதைகள் சொல்ல நினைத்தேன். ஒன்று என் பள்ளி பருவ காதல் கதை. மற்றொன்று என் கல்லூரி பருவ காதல் கதை. இரண்டு கதைகளுக்கும் கதாநாயகியென்னவோ நீதான். அனால் நீ சொன்ன அலுவலக காதல் கதையில் கதாநாயகனாக நான் இல்லாமல் போனது தான் விசித்திரம். உன் கதை கேட்-டேன். என் கதை மறந்தேன். நான் உன்னிடம் சொல்லி இருக்க-லாம் என்று நினைத்த பல கதைகளின் பட்டியலில் இனி இவை-யும்.

56. கண் பேசும் வார்த்தைகள்

ஆவி பறக்கும் தேநீர் கோப்பை
என் எதிரில் அவள் முகம்
அவள் எதிரில் அவன் முகம்
வாரத்தையற்ற இரண்டு காதல் கதைகள்.

57. நினைவெல்லாம் நீயே

இதமான காலை நேரம்
இரவோடு சேர்ந்து நட்சத்திரங்களும்...
நட்சத்திரங்களோடு சேர்ந்து நிலவும்...
நிலவோடு சேர்ந்து உன் நினைவுகளும்...

58. சில பொய்கள் வேண்டும்!

என்னை கவியாக்கி சென்ற காதலனே
காற்றிடம் நான் சொன்ன சேதிகள் வந்ததா?
என் எழுத்துக்கள் சிந்தும் உதிரம் புரிந்ததா?
உன்னை கெஞ்சும் என் நெஞ்சமாவது தெரிந்ததா?
பொய்யாக இருந்தாலும் சரி
எனக்காக ஒருமுறை ஆம் என்று சொல்லிவிடேன்!

59. என் தேவதை

தேடி சலித்த தருணத்தில்
தேடி சளைத்து தள்ளாடும் நேரத்திலும்
நான் தேடிய ஆண் தேவதை நீ மட்டும் தான்.

60. இடமாற்றம்

ஒரு கோப்பை தேநீர்

இங்கு நீ

அங்கு நான்

61. கண் கானா காவியம்

என்னுள் இருக்கும் ஒளி நீ
நீ காணும் பாதையை யாரும் காண்பதில்லை.
நான் உட்பட.

62. சில பிரிவுகள் அப்படித்தான்!

நீ விட்டு சென்ற இடத்தில்
உன் கண்ணீரின் ஈரம்
என்னிடம் சொன்ன கதைகள் ஏராளம்.

63. போரும் அமைதியும்

போருக்கு பின்னே அமைதியாய்
காதல் கலவரத்தில் உன் கண்ணீர் துளிகள்
என்னிடம் சொன்னது கோடி கதைகள்...
நான் என்னை மறந்த நாட்களும்
பின் உன்னை மறுத்த நாட்களும்...
நீ உன்னை மறந்த நாட்களும்
பின் என்னை வெறுத்த நாட்களும்...

64. கண்மை எழுதும் கதைகள்

மைய்யிட்ட கண்களால் மாயம் செய்தவளே
மற்றொரு முறை ஓரப்பார்வையை வீசிச்செல்லாதே
நீ ஒரு முறை பார்த்ததே போதும்
நட்சத்திரங்களுக்கு நடுவில் தொலைவேன் நானும்.

65. கனா

என் கதைகளில்
கவிதைகளில்
கட்டுரைகளில்
உன் பெயர் எழுதுகிறேன்
என் சிந்தனைகளில்
குழப்பங்களில்
தெளிவுகளில்
உன் பெயர் எழுதுகிறேன்
என் கோபங்களில்
தாபங்களில்
சிரிப்புகளில்
உன் பெயர் எழுதுகிறேன்
என் இதயத்தில்
கண்களில்
உதடுகளில்
உன் பெயர் எழுதுகிறேன்
என் இன்பத்தில்
துன்பத்தில்
வாழ்வில்
உன் பெயர் எழுதுகிறேன்
நாளை என் கல்லறையிலும்
எழுதிட கனா தான்!
உரிமை உண்டா எனக்கு?

66. பெண்ணியவாதியின் முரண்

• 67 •

திமிரும் மிடுக்கும் ஆடவருக்கு அழகுதான் என்று தெரிந்து கொண்டேன்

உன்னை பார்த்த பிறகு!

67. ரசனை

உப்பு கலந்த கடல் காற்று
உன் தலைமுடியை வருடிச்செல்ல
உன்னுள் கலந்த என் இதயம்
வாயடைத்து தான் போனது ஒரு நிமிடம்!

68. நினைவுகளை கடந்து

உரையாடல் இல்லாத மௌன பொழுதுகளில்

உரைந்து தான் உட்கார்ந்திருந்தேன்

உலகம் மறந்து உளரினேன்

உயிரே உனக்காக...

69. தேடல்

கோடி நட்சத்திரங்கள் இருந்தாலும்
நான் தேடுவது என்னவோ உன் கண்களை தான்

70. இதயம் பேசும் மொழி

தொடுதிரையை பார்த்துக்கொண்டிருந்த போது

உன் புகைப்படம் ஒன்று சட்டென தலைகாட்ட

தல்லாடித்தான் போனேன் நானும்

தந்துவிட்ட என் இதயத்தை

திருப்பி தர மாட்டாயா என கேட்கத்தான் தோன்றியது

ஆனாலும் எ

ன் இதயம் மெலிதாய் கதைத்து

அவளிடம் இருப்பதால் தான் இன்னும் துடித்துக் கொண்டிருக்கி-

றேனென்று

உண்மை தான் மறுக்கவில்லை

உன்னை என்றும் மறந்ததில்லை.

71. அவள் என் மண்வாசம்

நான் படித்த, படிக்கின்ற புத்தகம் நீ

நான் எழுதிய, எழுதுகின்ற காப்பியம் நீ

நான் வாழ்ந்த, வாழ்கின்ற இல்லறம் நீ

நான் சுமந்த, சுமக்கின்ற சூரியன் நீ

நான் பார்த்த, பார்க்கின்ற பாதை நீ

நான் உணர்ந்த, உணர்கின்ற உலகம் நீ

நான் மறக்கவே முடியாத என் மண்வாசம் நீ

72. உன்னை போல யாருண்டு?

என்னை தான் ஏற்கவில்லை
என் பரிசுகளையாவது ஏற்றிருக்கலாமே!
என் அன்பை மொத்தமாய் நான் சொல்லிவிட்ட மனநிறைவாவது
எனக்கு மிஞ்சியிருக்குமே!
பரவாயில்லை போகட்டும்!
உன் அன்பிற்கு இரையானேன் நான்
நெருப்பிற்கு இரையாகிவிட்டன என் அன்பளிப்புகள்
என் கனவுகளில் உன் மூச்சுக்காற்று எனக்கு தரும் மெல்லிய
வெப்பம்
என்னுள் இருக்கும் அந்த தட்பத்தை தீர்க்கட்டும்!
மலைகள் கடந்து
நீள் கடல் கடந்து
வனாந்திரம் கடந்து
வானம் கடந்து
விண்மீன் கடந்து
வானவில் கடந்து
மேகம் கடந்து
மும்மாரி கடந்தாலும்
உன்மாதிரி நான் யாரை நேசித்திட முடியும்டா?

73. கண்ணில் ஈரமில்லை

நித்தம் என்னுள் சத்தம் போட்டுக்கொண்டிருப்பதை நிறுத்து
உனக்குத்தான் நீங்காத இடம் தந்துவிட்டேனே!
என் நினைவலைகளை அசைத்து இதயத்தை பிழிந்து
கண்களில் ஏன் இன்னும் நீர் வார்க்கிறாய்?

74. அனுதினம் நீ வேண்டும்

ஆச்சரியமாக இருக்கிறது

என் விரல் நகம் கூட படாத ஒருவரின் தேகத்தை தினமும் உணர்கிறேனே எப்படி?

உன்னை பார்க்காமலே இருந்திருந்தாலே காதலித்திருப்பேன்

பக்கத்தில் இருந்து பார்த்துவிட்டேனே!

காதல் மட்டுமா? என் கனவில் பிற்காலம் வரை பார்த்துவிட்டேன்

உனக்கு ஏற்கனவே திருமணம் ஆன கதை எனக்கெப்படி தெரி-யும்?

வருத்தம் தான்

ஆழியில் அலசி எடுத்தாலும் உன் அகம் கொண்ட ஒருவனை நான் ஆள முடியுமா?

என்மனப்பெட்டகத்திற்குள் பத்திரமாய் வைத்திருக்கிறேன்

உன் நினைவுகளை

என் நிஜங்களை

என்னை ஆக்கிரமித்து விட்டாய் எப்படியோ!

ஆண்டுவிட்டு போ அன்பே

வானம் தாண்டி சந்திப்போம்...

75. விசித்திரம்

முற்றுப்புள்ளி தொடர்புள்ளி ஆனது
என்றெழுத எனக்கும் ஆசைதான்
விதி யாரை விட்டது?
மறுத்தாலும் மறைத்தாலும்
மறந்தேன் என்று நினைத்தாலும்
மடியும் வரை வாழ முடியும்...
உன் நினைவுகளை மட்டுமே ஏந்தி...

76. பாவி இவள் செய்ததென்னவோ?

நாட்கள் கடந்து செல்ல செல்ல
நானும் கடந்து சென்றுவிட மாட்டேனோ!
யாரிடம் சொல்லி அழுவது
என் எண்ணங்களை!
பரலோகமே செவிசாய்க்கவில்லையென்றால்
பாவி இவள் செய்ததென்னவோ?

77. என் கனவெல்லாம் கண்ணம்மா

வார்த்தைகளைக் கோர்த்து மாயம் செய்தாய்

வர்ணஜாலமாய் எனக்குள் வந்தாய்

வாழ்க்கை துணையாய் வருவாயா என்றேன்

வழி இல்லையென்று விரைந்தோடிவிட்டாய்...

தவறு செய்துவிட்டேன் கண்ணம்மா

வாழ்வு வரை தோழியாக வருவாயா என்று கேட்டிருக்க வேண்டும்

உன் தரிசனமாவது மிஞ்சியிருக்கும்..

இன்னொரு முறை உன் இன்முகத்தை என்று காண்பேனோ?

என் இறுதி ஊர்வலத்திலாவது உன்னை கண்டிட மாட்டேனோ?

பரிதவிக்கும் மனதிற்கு பல சமாதானம் சொன்னாலும் செவிசாய்க்-
கவில்லை!

உன்னை போல் என் நெஞ்சும் கல்லானதென்னவோ?

கண்ணம்மா என் கண்ணம்மா...

78. நீ வசிக்கும் என் வீடு

கம்பன் வீட்டுக் கட்டுத்தறியும் கவிபாடுமாம்
என் வீட்டுத் தறியை கேட்டுப்பார்
உன்னை மட்டுமே பாடும்!

79. தித்திப்பு

தூரிகையில் தேன் கொண்டு எழுதினாயோ?
உன் வார்த்தைகள்
ஒவ்வொன்றும் தித்திப்பாய் எனக்குள் வந்ததென்னவோ...?

80. அழகன்

உன் முகப்பொலிவில்
சூரியனும் தோற்று போனதடா
உன் மின்மினி கண்களால்
சந்திரனும் ஏங்கி போனதடா
உன் நடையை கண்டு
நட்சத்திரங்களும் நடை பழகுதடா
ஆயிரம் முறை பார்த்தாலும்
மறுமுறை பார்க்க தூண்டும் புன்னகை
கார்மேகங்களின் குவியலாய்
இருக்கும் தாடிமுடி.
சற்றும் சளைக்காத உன் மிடுக்கு
என்னவென்று சொல்வது உன் பேரழகை
வர்ணிக்க வார்த்தை இல்லை உன்னை
என் வாழ்வின் வர்ணங்கள் நீதானே

81. நான் ரசித்த என் வீழ்ச்சி

விழுந்து விட்டேன் உன் கன்ன குழியில்...
மனமில்லை எழும்ப!

82. பிரியாவிடை

நாம் கடைசியாய் சந்தித்தபோது
நீ என்னை கண் சிமிட்டாமல் பார்த்த அந்த ஆறு நொடி போது-
மடி...
ஆயுள் வரை நான் வாழ்ந்திட!

83. இன்னும் ஏன் தாமதம் ?

கரைந்து தான் போகிறேன் தினம்
கண்மணி அவளின் கண் பார்வை என் மீது படாததால்
உன் பக்தனை என்றுதான் ஏறெடுத்து பார்ப்பாயோ பெண்ணே?
ஒற்றனாய் என் வாழ்க்கை கடக்க
நீயோ ஒய்யாரமாய் சிரிக்க
கற்றதெல்லாம் காலம் கடக்க
நீயோ தினம் தினம் தேர்வுகள் தொடுக்க
வரிசையில் நின்ற பக்தர்கள் பலரும் உனை கடந்து விலக
நான் மட்டும் கால் கனக்க காத்திருக்கின்றேனே!
இது போதாதா நீ என்னுடன் கலக்க?

84. சுமங்கலி

மஞ்சளாடை கட்டிய வானம்
நெற்றியில் குங்குமம் சூட கதிரவனுக்காய் காத்திருந்தது.

85. குட்டி பிரபஞ்சம்

மௌனத்தின் எதிரொலி

எனக்குள் இருக்கும் பிரபஞ்சம்...

86. ஏக்கம்

விண்மீன்கள் விதைத்து காத்திருந்தது இரவு
அவனோ அவளுடைய விழிமீன்களுக்காக காத்திருந்தான்.

87. மழலை மயில்

உன் வட்ட முகம் கண்டேன்

என் இதயம் வளைந்தது

அதில் வட்ட பொட்டு கண்டேன்

நிலவு நெளிந்தது

உன் வளையோசை கேட்டேன்

வானவில் மறைந்தது

உன் குழலசைவு கண்டேன்

தென்றல் சிரித்தது

குழலினிது யாழினிது என்பாராம்

மழலை சொல் கேளாதவர்

நிலவழகு நதியழகு என்பாராம்

உன் முகம் காணாதவர்!

88. அன்பு ஒன்று தான் அனாதையா?

சில பேர் பிறக்கும்போதே அனாதை.

சில பேர் பெற்றவர்களால் அனாதை.

சில பேர் கரம்பிடித்தவனால் அனாதை.

சில பேர் பிள்ளைகளால் அனாதை.

கொள்ளை நோயொன்றும் கொடிய நோயல்ல

அனாதை என்ற நோயை காட்டிலும்!

கரோனாவிற்கு மருந்து கடைகளில் வாங்கிக்கொள்ளலாம்.

அனாதைகளுக்கு தேவையான மருந்து?

எனக்கு தெரிந்து எந்த கடைகளிலும் இல்லை.

அமுது கூட கிடைக்கக்கூடும்.

அன்பு? சந்தேகம் தான்!